W0391912

Andri Snær Magnason

BÓNUS

Ljóð!

Supermarktgedichte

Aus dem Isländischen von Tina Flecken

Tina Flecken þýddi á þýsku

orange●press

Andri Snær Magnason: Bónusljóð
Þýsk frumútgáfa.
© Copyright 2011 Andri Snær Magnason
© Copyright 2011 fyrir þýska útgáfu: orange-press
Öll réttindi áskilin.
Þýðing úr íslensku: Tina Flecken
Framleiðsla: Xprint

Andri Snær Magnason: BÓNUS – Supermarktgedichte
Deutsche Erstausgabe.
© Copyright 2011 Andri Snær Magnason
© Copyright für die deutsche Ausgabe 2011 bei orange-press
Alle Rechte vorbehalten.
Aus dem Isländischen von Tina Flecken
Gesamtherstellung: Xprint

Dieses Buch wurde hergestellt mit finanzieller Unterstützung des Isländischen Literaturfonds

ISBN: 978-3-936086-58-4
www.orange-press.com

Bókmenntasjóður
The Icelandic Literature Fund

Efnisyfirlit | Inhalt

Formáli að þýsk-íslenskri útgáfu

Eftir þúsund ára byggð lá þykkt lag af texta yfir öllu landinu. Venjulegur bóndabær var sögusvið Íslendingasögu, í fjallinu var tröll úr þjóðsögu, huldufólk í hólnum. Um alla landsmenn voru til ástarljóð, gamankvæði eða níðvísur, kirkjugarðurinn var fullur af erfikvæðum. Þannig þykknaði lagið með hverri kynslóð, smalinn og lóan urðu skáldleg fyrirbæri og þegar borgin byggðist varð jafnvel kolakraninn við höfnina Svinxi líkur í ljóði. Þannig varð hann goðsögulegur og fagur eins og landið allt.
Ég var nýfluttur að heiman, ég var blankur og svangur og reikaði um Bónus og fann eitthvað tóm. Búðin var full af texta og skilaboðum en þar voru engar sögur, engin ljóð. Ég lokaði augunum og lokaði eyrunum og reyndi að afplána þessa auðn. En svo rann upp fyrir mér að búðinni var skipt upp eins og Guðdómlegum Gleðileik Dantes. Þarna var paradiso í ávaxtadeildinni, inferno hjá kjötvörunum og hreinsunareldur hjá hreinlætisvörunum. Ég sá síðan Bónusdjús og Bónuskóla og Bónusskinku og hugsaði með mér – að ef ljóð hefðu alltaf fylgt þjóðinni þá vantaði sárlega Bónusljóð. Ef skáldin skrifuðu sósíal realisma á kreppuárum, og rómantík í sveitinni hlytum við að skrifa kapítal realisma í dag. Ég bjó til manifesto: Ljóð eiga að þjóna markaðnum. Þau eiga að vera skiljanleg öllum með grunnskólapróf. Þau eiga að vera stutt. Þau eiga að örva hagvöxtinn og hvetja til aukinnar neyslu, þau eiga helst ekki að heita neitt nema þau séu kostuð af fjölþjóðlegum fyrirtækjum. Ég fór til Jóhannesar í Bónus, sem vísaði mér á Jón Ásgeir son sinn sem lét mig skrifa undir sama samning og djúsframleiðandann: Ef neytandinn verður fyrir skaða af völdum vörunnar, er framleiðandinn (ég) ábyrgur.
Bókin kom út endurbætt – 33% meira – árið 2003. Núna kemur hún út í sérstakri útrásarútgáfu tvö tungumál á verði eins – á íslensku og þýsku.

Andri Snær Magnason, Hamborg, í september 2011

Vorwort zur deutsch-isländischen Ausgabe

Nach tausend Jahren Besiedlung lag Island unter einer dicken Textschicht. Ein ganz normaler Bauernhof war Schauplatz einer Isländersaga, im Berg lebte ein Troll aus einem Volksmärchen und im Hügel wohnten Elfen. Über jeden Landesbewohner gab es Liebeslyrik oder Spottverse, der Friedhof war voller lyrischer Nachrufe. So wurde die Schicht mit jeder Generation dicker, der Schafhirte und der Goldregenpfeifer wurden – jahrhundertelang von großen Poeten bedichtet – zu literarischen Phänomenen. Sogar ein früher Kohlekran am Hafen von Reykjavík wurde in der Lyrik zu einer Art Sphinx – mythisch und schön wie das ganze Land.
Ich war 1996 gerade zu Hause ausgezogen und knapp bei Kasse. Hungrig streifte ich durch den Supermarkt namens »Bónus« und empfand eine gewisse Leere. Der Laden war voller Buchstaben und Botschaften, aber es gab keine Geschichten, keine Gedichte. Augen und Ohren verschließend, versuchte ich, diese Ödnis zu ertragen. Doch dann fiel mir etwas auf: Der Laden war genauso aufgeteilt wie Dantes *Göttliche Komödie*. In der Obstabteilung war das Paradies, bei den Fleischwaren die Hölle und bei den Putzmitteln das Fegefeuer. Ich sah Bónus-Saft, Bónus-Cola und Bónus-Schinken und wusste, dass diese Nation, die von jeher von Poesie begleitet war, dringend Bónus-Gedichte brauchte. Wenn die Schriftsteller in Zeiten der Wirtschaftskrise Sozialrealismus geschrieben hatten, dann mussten wir heute Kapitalrealismus schreiben. Ich verfasste ein Manifest: Gedichte sollen dem Markt dienen. Sie sollen für jeden, der die allgemeine Schulpflicht absolviert hat, verständlich sein. Sie sollen kurz sein. Sie sollen das Wirtschaftswachstum ankurbeln und zu vermehrtem Konsum anregen.
Ich ging zu Jóhannes Jónsson, dem Gründer von Bónus, der mich an seinen Sohn Jón Ásgeir Jóhannesson verwies. Er ließ mich denselben Vertrag unterschreiben wie einen Safthersteller: Für durch den Genuss der Ware entstehende Schäden ist der Produzent (ich) verantwortlich.
2003 erlebte das Buch einen Relaunch mit 33 % mehr Inhalt; jetzt wird es in einer Vorteilsausgabe angeboten – zwei Sprachen zum Preis von einer, Isländisch und Deutsch. (Verbraucherhinweis: Einige Gedichte wurden in Absprache mit dem Autor an die Bedürfnisse deutscher Konsumenten angepasst.)

Andri Snær Magnason, Hamburg, im September 2011

Aldingarðurinn | Der Garten Eden

Paradiso

Homo consumus

Frumeðli mannsins
var ekki veiðieðlið

Í öndverðu
fyrir daga oddsins
og vopnsins

reikuðu menn um slétturnar
og söfnuðu!
Þeir söfnuðu rótum
og þeir söfnuðu ávöxtum
og eggjum og nýdauðum dýrum

Ég
nútímamaðurinn
sjónvarpssjúklingurinn
finn hvernig frummaðurinn brýst fram
þegar ég bruna með kerruna
og safna og safna og safna ...

Homo consumus

Der Urtrieb des Menschen
war nicht der Jagdtrieb

Zu Anbeginn
vor der Zeit
von Speer und Waffe

streiften die Menschen durch die Prärie
und sammelten!
Sie sammelten Wurzeln
und sie sammelten Früchte
und Eier und verendete Tiere

Ich
der moderne Mensch
der Fernsehjunkie
spüre, wie der Urmensch in mir hervorbricht
wenn ich mit dem Einkaufswagen durch die Gänge hetze
und sammle und sammle und sammle …

United Fruit Company

Eva í aldindeildinni
freistast til að bíta
í safaríkt epli
á sértilboði

grunlaus

um alsjáandi auga
myndavélarinnar

Pink Lady®

In der Obstabteilung
kommt Eva in Versuchung
in einen saftigen Apfel zu beißen
heute im Sonderangebot

nichts ahnend

vom allsehenden Auge
der Überwachungskamera

Gillette

Hann á eftir að ná lengra
pilturinn sem seldi
gömlu konunni

kiwi

og rakvél

Gillette

Er wird es noch weit bringen
der Junge, der einer alten Dame

Kiwis verkauft hat

und Rasierklingen dazu

Mjallhvít

Mjallhvít getur ekki keypt sixpack
dvergarnir eru nefnilega sjö

sjö mjólkurpottar, sjö brauðhleifar
sjö skyrtur, sjö sokkapör, sjö óhreinir diskar
sjö skítugar nærbuxur, sjö daga vikunnar

Eins og venjulega ætlaði hún
að skella kiðlingunum sjö í körfuna

en hún hætti við
keypti sér eina rauðvínsflösku

og sjö eitruð epli

Schneewittchen

Schneewittchen kann kein Sixpack kaufen
es sind nämlich sieben Zwerge

sieben Hähnchenkeulen, sieben Dosen Cola
sieben schmutzige Teller, sieben fleckige Laken
sieben dreckige Unterhosen, sieben Tage die Woche

Wie üblich wollte sie gerade
sieben Flaschen Bier in den Korb legen

aber sie ließ es bleiben
kaufte sich eine Flasche Rotwein

und sieben vergiftete Äpfel

Æsóp

Þegar maðurinn sá að
kílóverðið var 699 kr.
lagði hann vínberin frá sér
og gretti sig

Oj þau eru súr!

laumaði samt uppí sig einu

Äsop

Als der Mann sah, dass
ein Kilo 699 Kronen kostete
legte er die Weintrauben wieder weg
und verzog das Gesicht

Igitt, sind die sauer!

und steckte sich unauffällig eine in den Mund

Kók

Hann straukst við stúlkuna
sem raðar kókinu í hillur
með hvítum armi

og hann fann að hárið ilmaði sem lyng
og hann fann fyrir ungum barmi

og það var alveg einstök tilfinning

Coca-Cola

Er streifte das Mädchen
das die Cola in die Regale räumte
sich ihrer Schönheit bewusst

er sah wie sich ihr Haar verfing
und er spürte ihre junge Brust

Can't beat the feeling

Par I

Banana, við þurfum banana, harða og stífa banana, hvíslaði hún og þuklaði klasann en hann stundi; melónur líka, við þurfum melónur og jarðarber og loðið kiwi, sagði hún og strauk loðnar kúlurnar, við getum opnað jarðarberin og sleikt safann, sagði hann, mig langar í hvíta jógúrt til að hella yfir jarðarberin, sagði hún titrandi rómi, eða rjóma, þykkan rjóma til að sprauta yfir melónur og banana og jarðarber.

Paar I

Bananen, wir brauchen Bananen, harte und feste Bananen, flüsterte sie und betastete das Bündel und er stöhnte; auch Melonen, wir brauchen Melonen und Erdbeeren und haarige Kiwis, sagte sie und streichelte die pelzigen Kugeln, wir können die Erdbeeren anbeißen und den Saft auflecken, sagte er, ich will weißen Joghurt über die Erdbeeren gießen, sagte sie mit zitternder Stimme, oder Sahne, dicke Sahne auf die Melonen spritzen und auf die Bananen und die Erdbeeren.

FM957

Ef ég kaupi þetta brauð og fylli út miðann og hlusta á FM 957 í heila viku þá gæti ég verið dreginn út og ef ég svara svo nokkrum laukréttum spurningum gæti ég unnið bol og derhúfu með merki fyrirtækisins.

Leikur og brauð, meira þarf ég ekki.

Radio FM 95.7

Wenn ich dieses Brot kaufe und den Coupon ausfülle und eine ganze Woche lang Radio FM 95.7 höre, wählen sie mich vielleicht aus, und wenn ich dann ein paar schlichte Fragen beantworte, könnte ich ein T-Shirt gewinnen und ein Käppi mit dem Logo der Firma.

Brot und Spiele, mehr brauche ich nicht.

Þú ert það sem þú étur

Afi var 70% vatn
afi var 70% lækurinn
sem rann niður fjallið
framhjá húsinu

Hann var 30%
silungurinn í læknum
rjúpan í lynginu
og lömbin í grasinu
sem bylgjaðist
í vindinum kringum húsið

Ég er ekki 70% vatn
í mesta lagi 17% sódavatn
hitt er blanda af diet kók og kaffi

Ég er ítalskt pasta og kínversk hrísgrjón
ég er dönsk skinka og suður afrískur ananas
um æðar mér rennur amerísk tómatsósa

Þú ert það sem þú étur
ég er smækkuð mynd af heiminum

Ég er smækkuð mynd af Bónus

Du bist, was du isst

Mein Großvater war zu 70% Wasser
mein Großvater war zu 70% Bach
der den Berg hinabfloss
am Haus vorbei

Er war zu 30%
Forelle im Bach
Schneehuhn auf der Heide
und Lämmer im Gras
das sich im Wind wiegte
rings ums Haus

Ich bin keine 70% Wasser
höchstens 17% Sprudel
der Rest ist eine Mischung aus Cola Light und Kaffee

Ich bin italienische Pasta und chinesischer Reis
ich bin dänischer Schinken und südafrikanische Ananas
durch meine Adern fließt amerikanisches Ketchup

Du bist, was du isst
ich bin die Welt im Kleinen

Ich bin Bónus im Kleinen

Borðbæn I

(Leiðin til affirringar)

Ég þakka þér Pedro sem plantaðir fræi
ég þakka þér Sanches sem vökvaðir plöntuna
ég þakka þér María sem týndir eplin
ég þakka þér Jose sem raðaðir í kassa
ég þakka þér Vargos sem skipaðir honum upp
ég þakka þér Örvar sem fluttir þau inn
ég þakka þér Halldór sem keyrðir þau út
ég þakka þér Helga sem stillti þeim upp
án ykkar væri ég
SVANGUR!

Tischgebet I
(Auf dem Weg zur Ent-Entfremdung)

Ich danke dir, Pedro, der einen Samen pflanzte
ich danke dir, Sanches, der die Pflanze wässerte
ich danke dir, Maria, die die Äpfel erntete
ich danke dir, José, der sie in eine Kiste packte
ich danke dir, Vargos, der die Kiste entlud
ich danke dir, Örvar, der die Äpfel importierte
ich danke dir, Halldór, der sie auslieferte
ich danke dir, Helga, die sie auf Hochglanz polierte
ohne euch wäre ich
HUNGRIG!

Jolly Green Giant

Jói mótmælir
erfðabreyttu baunadósunum
Jói hrópar:
Varist stókkbreyttu baunirnar!
Jóa dreymir um nætur:
Milljón baunum kastað út um glugga!
Milljón baunagrös vaxa
stjórnlaust til himins!
Dreymir:
Milljón manns klífa upp í skýjaborgirnar
Milljón manns finna ekkert
nema dauðan risa og
TÓMAR FJÁRHIRSLUR!
Óttast:
Milljón augu af himnum
beinast ásakandi að SÉR!

Hans und die Bohnenranke

Hans protestiert gegen
genmanipulierte Dosenbohnen
Hans ruft:
Nehmt euch in Acht vor mutierten Bohnen!
Hans träumt in der Nacht:
Millionen Bohnen aus dem Fenster geschmissen!
Millionen Bohnenpflanzen wachsen
unkontrolliert in den Himmel!
Träumt:
Millionen Menschen klettern hinauf in die Luftschlösser
Millionen Menschen finden nichts
als einen toten Riesen und
LEERE SCHATZKAMMERN!
Befürchtet:
Millionen Augen richten sich vom Himmel
vorwurfsvoll auf IHN!

Bumbubani

Ef ég horfi á hálftíma þátt um
matargerð reyni ég að bæta mér
það upp með því að horfa á jafn
langa heilsuræktarspólu

Wampenkiller

Wenn ich eine halbstündige
Kochshow sehe, versuche ich
das zu kompensieren, indem ich mir eine
ebenso lange Fitness-DVD anschaue

Sonnetta

Það var víst hjartnæmt
þegar strákurinn frá
10-11

kyssti Júlíu á kassa 3
bak við
svalafernurnar

Discount-Sonett

Es war herzergreifend
als der Junge vom
Penny-Markt

Julia von Kasse 3 küsste
hinter den
Balkonpflanzen

Ástarljóð á kassa 1

Eitt sinn var líf mitt svarthvítt sjónvarp
og á góðum degi
kom stundum smá skerpa í grátónana
en aldrei meira en það

Svo komst þú

Núna er lífið 40 tommur
í lit og þrívídd
fuglarnir syngja í steríó

Liebesgedicht an Kasse 1

Früher war mein Leben ein Schwarz-Weiß-Fernseher
und an einem guten Tag
kam manchmal etwas Schärfe in die Grautöne
aber nie mehr als das

Dann kamst du

Jetzt ist das Leben ein 40-Zoll-Bildschirm
in Farbe und 3D
die Vögel singen in Stereo

Kraftaverk

*Fræin spíruðu þegar hún snerti múslí-
pakkann svo fangið fylltist af sólblómum
sem hún kastaði í gólfið til að komast að
kælikistunni sem þiðnaði og fylltist af vatni
þar sem silfurhreistraðar ýsur syntu í hringi
en hillurnar laufguðust og skutu rótum
gegnum gólfdúkinn á meðan lambalæri
sameinuðust hrygg og sviðum og hlupu
jarmandi um búðina þegar hún reif af sér
dragtina og hvarf inn í þéttan skóginn*

Wunder

Die Samen keimten als sie die Müslipackung berührte und ihre
Arme füllten sich mit Sonnenblumen die sie von sich warf um zur
Kühltruhe zu gelangen die taute und sich mit Wasser füllte in dem
silberschuppige Schellfische umherschwammen und die Regale
bekamen Blätter und schlugen Wurzeln durch den Bodenbelag
während sich Lammkeulen mit Lammrücken und Schafsköpfen
vereinigten und blökend durch den Laden rannten als sie sich
das Kostüm vom Leib riss und im dichten Wald verschwand

Niflheimur niður | In die eisige Totenwelt

Inferno

Nel mezzo del cammin di nostra vita
mi ritrovai per una selva oscura,
che la diritta via era smarrita

Dante
Inferno Canto I

Paradísarmissir

Nær miðjum aldri
í myrkum skógi
týndur

hinn rétti stígur
órafjarri

Bak við plastsins tjald
við blóð og bein
í kuldageimi
þar krókna ég
og gnísti tönnum

Andar köldu
frá öllum mönnum

Ó líf!

Hver maður sem
við móðurbrjóst er alinn
skal rifinn burt
að heiman flæmdur!

Einn og kalinn ek ég vagni
um bónuslendur
kjötfjall hátt á helgrindum
hið nýja fóður!

Ó hve herðist lífsins róður!

Das verlorene Paradies

Nah an des Lebensweges Mitte
in dunklem Walde
abgeirrt

der rechte Pfad
in weiter Ferne

Jenseits des Plastikvorhangs Schwere
bei Blut und Knochen
in eiskalten Gefilden
erstarre ich
und klappere mit den Zähnen

Frostigen Gemüts
sind alle Menschen

Oh Leben!

Jeder Mensch
den die Mutterbrust genährt
wird hinausgescheucht
aus der Heimat fortgejagt!

Einsam und erfroren schiebe ich den Wagen
durch die Bónuslande
Fleischberg hoch vor Höllentoren
Der neue Fraß!

Oh wie stählt des Lebens Pirsch!

Vonbrigði

Sviðakjamminn horfir á mig
með ísköldu augnaráði
eins og það hafi verið ég
sem sagði honum

að vopndauðir færu til Valhallar

Enttäuschung

Der gesengte Schafskopf starrt mich an
mit eiskaltem Auge
als ob ich es gewesen wäre
der ihm gesagt hat

dass die Gefallenen nach Walhall kommen

Lambalæri

Þarna stendur hún
með lambalærin
stúlkan úr næturdraumi mínum

Og þvílíkur draumur!

Ég labba rólega framhjá

og er ekki frá því að
hún sé líka dálítið
vandræðaleg á svipinn

Lämmchen

Da steht sie
mit den Lammkeulen
das Mädchen aus meinem nächtlichen Traum

Und was für ein Traum!

Ich schlendere gemächlich an ihr vorbei

und halte es durchaus für möglich
dass auch sie ein bisschen
verlegen ist

Brauð og vín

Hún var send að kaupa brauð
og meira vín handa ömmu
sem liggur í því heima
með kalli sem

klæðir sig í kjól og haldara
þegar sú gamla lognast út af

Rauðhetta litla!

Gættu þín á greyinu
hann sér þig full vel
sjónleysi afsakar ekki glápið

Hann heyrir full vel
þú þarft ekki að koma nær

Og enginn hlustar þótt hrópað sé:
ÚLFUR! ÚLFUR!

Brot und Wein

Sie wurde geschickt, um Brot zu kaufen
und mehr Wein für Großmutter
die besoffen zu Hause liegt
mit einem Kerl

der ihr Kleid und ihren BH anzieht
wenn die Alte eingeschlafen ist

Kleines Rotkäppchen!

Hüte dich vor dem Burschen
er sieht dich sehr gut
Blindheit entschuldigt nicht sein Glotzen

Er hört sehr gut
du brauchst nicht näher zu kommen

Und niemand hört hin, wenn der Ruf erschallt:
DER WOLF! DER WOLF!

Fjallræða

Hann er með skegg
maðurinn sem heldur
yfir okkur ræðu sem
fjallar um nýjan fiskrétt

framreiðir
1000 skammta úr aðeins
5 fiskum

Schlemmerfilet

Er hat einen Bart
der Mann, der gerade
ein neues Fischgericht
vorstellt

und 1000 Portionen aus nur
5 Fischen serviert

Varaáætlun

Ef heimurinn hryndi af einhverjum ástæðum þá ætlaði ég alltaf að flýja norður á Melrakkasléttu og lifa af landinu kringum eyðibýlið eins og forfeður mínir höfðu gert í þúsund ár en þá rann upp fyrir mér að í verkfærakassanum var ekkert nema 7 sexkantar sem fylgdu með IKEA húsgögnum og ef ég kæmist yfirleitt norður þá stæði ég með þessa sexkanta innan um svamlandi selinn og gaggandi mávinn og vaxandi grasið og ég myndi öskra á selinn og mávinn og grasið og læsa tönnunum í rekaviðinn og deyja hægt

Notfallplan

Schon immer dachte ich: Wenn morgen die Welt einstürzt
fliehe ich nach Norden in die Wildnis der Melrakkaslétta
und lebe von dem Land rund um den verlassenen Hof
wie meine Vorväter es tausend Jahre lang gemacht haben
doch dann fällt mir ein, dass im Werkzeugkasten nur
sieben Sechskantschlüssel für IKEA-Möbel liegen und
wenn ich überhaupt bis in den Norden käme, würde ich
mit diesen Sechskantschlüsseln zwischen den planschenden
Seehunden und den kreischenden Möwen und dem
wachsendem Gras stehen und die Seehunde und die
Möwen und das Gras anbrüllen und meine Zähne ins
Treibholz schlagen und langsam sterben

Par II

Hrökkbrauð, muldraði hann og skellti í körfuna. Kartöflur, stundi hún og valdi poka fullan af rauðaugum. Mysing, slátur og súrmjólk, sagði hann. Án bragðefna, skipaði hún, það er ódýrara. Kjötfars og kálhaus, sagði hann. Kjötfars og kálhaus geturðu verið sjálfur, hreytti hún út úr sér. Jæja þá svínahnakki, hvæsti hann og henti í körfuna svo glamraði.

Paar II

Knäckebrot, knurrte er und warf es in den Korb. Wurzelgemüse, würgte sie und packte eine Tüte Pastinaken. Sauermilch, Innereien und Magerquark, maulte er. Ungewürzt, befahl sie, das ist billiger. Hackfleisch und einen Kohlkopf, sagte er. Selber Hackfresse und Kohlkopf, schnauzte sie. Na gut, dann eben Schweinenacken, blaffte er und knallte ihn in den Korb, dass es krachte.

ss

Kjötiðnaðarmaðurinn glottir
og heldur áfram að raða
hakkinu í hillur
aðspurður
um líðan

tengdamömmu

Schlachthaus Südisland

Der Metzger grinst
und stapelt weiter
Gehacktes in die Regale
befragt nach
dem Befinden

seiner Schwiegermutter

Nakti kokkurinn

Matreiðslubækurnar ættu
að vera í sömu hillu og dónablöðin
Menn slefa yfir þeim en gera
aldrei neitt af þessu í alvörunni

The Naked Chef

Die Kochbücher sollten im selben
Regal stehen wie die Pornohefte
Die Leute blättern und sabbern
machen aber nie was davon in echt

Borðbæn II

(Önnur leið til affirringar)

Og ég þakka þér Billy Joe í Nebraska fyrir hveitið
ég þakka þér Hamel í Kapurthala fyrir kryddið
ég þakka þér Geiri á Hólmaborginni fyrir ýsuna
ég þakka þér Árni í Hraunkoti fyrir mjólkina
án ykkar væri ég
DAUÐUR!

Tischgebet II
(Zweiter Anlauf zur Ent-Entfremdung)

Und ich danke dir, Billy Joe in Nebraska, für den Weizen
ich danke dir, Hamel in Kapurthala, für die Gewürze
ich danke dir, Geiri von der MS Hólmaborg, für den Schellfisch
ich danke dir, Árni vom Hof Hraunkot, für die Milch
ohne euch wäre ich
TOT!

Þú ert það sem þú étur (II)

Ég er ekki 70% vatn
ég er 95% olía

Fiskurinn er ekki fiskur
hann er olían sem dró hann á land

Kornið er ekki korn
það er olían sem sáði og olían í þreskivélinni
og olían sem flutti það til mín

Nautið er ekki naut
það er tuttugu tunnur af olíu

Ég er Sauði Arabía, ég er Barentshaf
ég er eyðimörkin í Írak og Lýbíu
ég er Texas

Þú ert það sem þú étur
ég er burknabreiða á Pangæu,
ég er flugeðla, ég er tyrranasaurus rex

Með köldu blóði
stíg ég bensínið í botn

Du bist, was du isst (II)

Ich bin nicht zu 70% Wasser
ich bin zu 95% Erdöl

Der Fisch ist kein Fisch
er ist das Öl, das ihn an Land zog

Das Korn ist kein Korn
es ist das Öl, das aussäte, und das Öl in der Dreschmaschine
und das Öl, das es zu mir transportierte

Das Rind ist kein Rind
es ist zwanzig Tonnen Öl

Ich bin Saudi-Arabien, ich bin die Barentssee
ich bin die Wüste im Irak und in Libyen
ich bin Texas

Du bist, was du isst
ich bin ein Farnfeld in Pangaea
ich bin ein Flugsaurier, ich bin ein Tyrannosaurus Rex

Kaltblütig
gebe ich Vollgas

Dýrið

Dýrið
var eflaust illvígt
á meðan það hafði
horn hala og klaufir

og það væri helvítí fínt
að setja það blóðrautt
á steikingareldinn

enda er verðið aðeins 666 kr/kg

Das Tier

Das Tier
war sicher bösartig
als es noch Hörner hatte
Schwanz und Klauen

und es wäre höllisch gut
es blutig rot
aufs Grillfeuer zu legen

zumal das Kilo nur 666 Kronen kostet

Hreinsunareldurinn | Das Fegefeuer

Purgatorio

Hreint land

Ísland er hreinasta
landið með tærasta
vatnið og ferskasta
loftið

Þökk sé öllum
hreinlætisvörunum

Sauberland

Island ist das sauberste
Land mit dem klarsten
Wasser und der frischsten
Luft

Dank sei allen
Putzmitteln

Pampers

GÆTIR ÞÚ NOKKUÐ SAGT MÉR
HVAR ÉG FINN BLEIUR Á STÚLKU
SEM FÆDDIST Í GÆR MEÐ AUGUN
HENNAR MÓÐUR SINNAR?

spyr ungur maður með blik í augum
nógu hátt svo að flestir í kringum hann heyra

Og þótt hann fái ágætar leiðbeiningar
(niður ganginn, inn í horn og til hægri)
spyr hann til öryggis tvær gamlar konur
nógu hátt svo að flestir í kringum hann heyra

Pampers

KÖNNEN SIE MIR SAGEN
WO ICH WINDELN FINDE FÜR EIN MÄDCHEN
DAS GESTERN GEBOREN WURDE
UND DIE AUGEN SEINER MUTTER HAT?

fragt ein junger Mann mit strahlendem Blick
laut genug, dass alle drumherum es hören

Und obwohl er es genau erklärt bekommt
(durch den Gang, um die Ecke und dann rechts)
fragt er zur Sicherheit noch zwei alte Damen
laut genug, dass alle drumherum es hören

Par III

Mýkingarefni, sagði hún, og ilmsteina. Og fótakremið, sagði hann. Ég gleymdi að finna eitthvað sætt með kaffinu, sagði hún. Það er allt í lagi, ég hef eitthvað sætt með kaffinu, sagði hann og strauk hönd hennar.

Paar III

Weichspüler, sagte sie, und Duftsteine. Und Fußcreme, sagte er. Etwas Süßes zum Kaffee habe ich vergessen, sagte sie. Macht nichts, ich habe etwas Süßes zum Kaffee, sagte er und streichelte ihre Hand.

All Off

Á brúsanum stendur að All Off
ofnhreinsir virki alveg ævintýralega
vel en ég held að það hafi hvergi
staðið hvað Hans og Gréta notuðu
til að hreinsa ofninn

Ofenfix

Auf der Flasche steht, dass der
Backofenreiniger märchenhaft gut wirkt
aber ich glaube, in meinem Buch
stand gar nicht, womit Hänsel und Gretel
den Ofen saubergemacht haben

Vísindi

Óháðar rannsóknir sýna að allir
uppþvottalegirnir eru betri en
samsvarandi lögur í hvítum brúsa
frá fyrirtæki sem hafði eflaust
ekki efni á óháðri rannsókn

Wissenschaft

Unabhängige Untersuchungen zeigen
dass sämtliche Spülmittel besser sind als ein
vergleichbares Mittel in einer weißen Flasche
von einer Firma, die sich bestimmt keine
unabhängige Untersuchung leisten konnte

Always

Samkvæmt auglýsingum
eru allar konur prinsessur
miðað við bláa blóðið
í dömubindunum

Always

In der Werbung
sind alle Frauen Prinzessinnen
das Blut in den Damenbinden
ist blau

Martröð

... ég át morgunmat og lagði af stað í skólann, lærði eitthvað örlítið, fór síðan heim og horfði á sjónvarpið, ég fékk mér dálítinn kvöldmat og fór svo aftur að horfa á sjónvarpið ...

Það var þá sem ég sofnaði og áttaði
mig á því að þetta hafði aðeins verið
raunveruleiki

Albtraum

… ich frühstückte und machte mich
auf den Weg in die Schule, lernte ein wenig
ging dann nach Hause und sah fern, aß etwas
zu Abend und sah dann wieder fern …

In dem Moment schlief ich ein und merkte
dass das einfach die Wirklichkeit gewesen war

Sloggi

Þegar hann hitti sætustu stelpuna
í bekknum sagðist hann bara vera
að kaupa bland fyrir helgina en svo
kallaði mamma hans yfir búðina að
hún væri búin að finna á hann alveg
frábærar nærbuxur

Sloggi

Als er das süßeste Mädchen
aus der Klasse traf, sagte er
er würde ein paar Snacks fürs Wochenende
kaufen, aber dann rief seine Mutter
durch den ganzen Laden, sie hätte supertolle
Unterhosen für ihn gefunden

Ástarljóð á kassa 2

Á meðan sólin snýst
í kringum sjálfa sig
og jörðin snýst
í kringum sólina
og tunglið snýst
í kringum jörðina
mun líf mitt snúast
um þig

En ef sólin hættir
að snúast um sjálfa sig
og jörðin snýst
ei meir um sólina
eða tunglið tekur
beint strik út í geiminn

getum við þá ekki bara verið vinir?

Liebesgedicht an Kasse 2

Während die Sonne sich
um sich selbst
und die Erde sich
um die Sonne
und der Mond sich
um die Welt dreht
dreht mein Leben sich
um dich

Doch wenn die Sonne sich
nicht mehr um sich selbst
und die Erde sich
nicht mehr um die Sonne dreht
und der Mond
im Weltraum verschwindet

können wir dann nicht einfach Freunde bleiben?

Haust

Ég veit að það er komið haust
vegna þess að húsin
eru orðin gul og rauð
og farin að fella bárujárnið

Gamla fólkið er flogið
suður á bóginn

En haustið hefur engin áhrif á mig
því ég er sígrænn
eins og sólin

Herbst

Ich weiß, dass Herbst ist
die Häuser werden
gelb und rot
und werfen ihr Wellblech ab

Die alten Leute sind nach Süden
geflogen

Doch der Herbst hat keinen Einfluss auf mich
ich bin immergrün
wie die Sonne

Skilaboð til vegfarenda

Ég veit ekki af hverju ég stöðvaði bílinn og tók upp köttinn sem lá í blóðrauðum polli á malbikinu því ég keyrði ekki á hann en þar sem ég stóð með köttinn í fanginu á miðri götunni og hugsaði hvað ég ætti að gera við hann því blóðið myndi klínast í áklæðið þá fann ég hvað hann var enn undarlega mjúkur og volgur en þegar ég sá hörkuna í augum fólksins sem ók framhjá vissi ég hver var sekur og skildi að sá einn er saklaus sem heldur fullri ferð áfram

Botschaft an die Vorbeifahrenden

Ich weiß nicht, warum ich den Wagen anhielt und
die Katze aufhob, die in einer blutroten Pfütze auf
dem Asphalt lag, denn ich hatte sie nicht überfahren
doch als ich mit der Katze auf dem Arm mitten auf der
Straße stand und überlegte, was ich mit ihr machen
sollte, denn ihr Blut würde die Polsterung beschmieren
da spürte ich, wie sonderbar weich und warm sie noch war
doch als ich die Härte in den Augen der Vorbeifahrenden
sah, wusste ich, wer schuld war, und verstand, dass nur
der unschuldig ist, der mit voller Fahrt weiterrast

Borðbæn III

(Lokaatlagan að affirringunni)

Ég þakka þér Johnson fyrir sjampóið
ég þakka þér Mr. Mighty fyrir vítissódann
ég þakka þér Oppenheimer fyrir kjarnorkuofninn
ég þakka þér Orville fyrir örbylgjupoppið
ég þakka þér Fróði fyrir séð og heyrt
ég þakka þér Samsung fyrir vídeóið
ég þakka þér Nói fyrir nammið
hvað væri ég án ykkar?

Tischgebet III

(Die vollkommene Ent-Entfremdung)

Ich danke dir, Uncle Ben, für den Reis
ich danke dir, Dr. Oetker, für den Kuchen
ich danke dir, Oppenheimer, für den Kernreaktor
ich danke dir, Heinz, für das Ketchup
ich danke dir, Springer, für die Bild-Zeitung
ich danke dir, Samsung, für den Videorekorder
ich danke euch, Kinder, für die Milchschnitten
was wäre ich ohne euch?

Jóhannes og borgarljósin

Hann sat á tólftu hæð í hæsta turni borgarinnar og leit upp til stjarnanna en niður á borgarljósin og sá að sólin var að birtast bak við bláfjöllin og fylgdist með því hvernig fjallsröndin skerptist en himinninn fyrir ofan hana varð ljósari en stjörnurnar urðu óljósari og daufari þar til Venus var aðeins ein eftir á himninum en skyndilega slokknaði á borgarljósunum og þegar hann ætlaði að horfa aftur á Venus þá var líka slökkt á henni og hann hugsaði með sér hvað það væri sniðugt að hafa þetta svona samtengt

Jóhannes und die Lichter der Stadt

Er saß im zwölften Stock im höchsten Turm der Stadt und schaute hinauf zu den Sternen und hinab auf die Lichter der Stadt und sah die Sonne hinter den blauen Bergen aufgehen und sah den Bergkamm schärfer werden und den Himmel darüber heller und die Sterne blasser und matter bis nur noch die Venus am Himmel stand, und plötzlich erloschen die Lichter der Stadt, und als er wieder die Venus betrachten wollte, war auch sie ausgeschaltet und er fragte er sich, ob alles miteinander verbunden war

Gula hliðið

Og sjá! Þegar Pétur eða engillinn hún
Guðrún hefur rennt öllum freistingunum
gegnum geislann og skráð þær á hið gullna
kort opnast gula hliðið og maður labbar
með fulla pokana út í óvissuna og lítur um
öxl til þess að sjá helgisvipinn og fjarrænt
brosið sem segir: Eigðu góðan dag

Das gelbe Tor

Und sieh! Wenn Peter oder die engelsgleiche Gudrun
sämtliche Verlockungen am Scanner vorbeigezogen
und auf der goldenen Karte gespeichert hat
öffnet sich das gelbe Tor und man läuft mit vollen
Tüten hinaus ins Ungewisse und wirft einen Blick
zurück auf das selige Antlitz und das entrückte
Lächeln, das sagt: Hab einen schönen Tag